NEE PREMA SAKSHIGA

Poetry

Dattu S.
MA. Mass Communication
telangana university
8790286660
Instagram: dattu_agps.294

Cover design
&
Book design

Dattu S.
Email : sdgoud77@gmail.com

Printing&
Publishers:

NOTION PRESS
(Chennai, (TN) india)
notionpress.com

నీ
ప్రేమ
సాక్షిగా
దత్త ఎస్.

నా ప్రతి గమనంలో, నా ప్రతీ శ్వాసలో నీవు నాలోనే,
నాతోనే ఉండిపోతావు.. నిన్ను కోల్పోయిన నేను,,
గమనాన్ని మరిచాను, నా ఉనికిని మరిచాను...
నీకై రాసిన ఈ రాతలు... నాలో రగిలిన
గుండెమంటలను స్పష్టంగా వివరించలేవు, నా మది
గాయాలను తెలుపలేవు....

పేజీపై ప్రతీ అక్షరం
నా గుండె ఆవేదన......

నాలోన భావాలు
నా ప్రతీ అక్షరం
నా ప్రేమ సాక్షిగా,
నాలోని ఊపిరి
నా.... ప్రాణం
నాలో నిండిపోయిన నా "దక్ష "కి
అంకితం....

ఇట్లు...
నీ ప్రేమకి బానిసైన నేను.

స్ఫూర్తి...

సిరివెన్నెల సీతారామ శాస్త్రి....గారికి
అక్షరవందనం....

తేనెల చినుకులు చవి చూపించి
కన్నుల దాహం ఇంకా పెంచి
కమ్మని కలవేమో.. అనిపించి
కనుమరుగై కరిగావా సిరివాన...!

సార్ మీ పాటలు వినాలన్నా...
ఆ భావాలను పలకాలన్నా...
తిరిగి వాటిని రాయాలన్నా... అదృష్టం ఉండాలి..

జగమంత కుటుంబం నాదన్నారు..
గతి తోచని గమనానికి గమ్యం అంటూ ఉందా..!
అంటూ ప్రశ్నించారు..
నీ ప్రశ్నలు నీవే... అంటూ హెచ్చరించారు..
ఇలా..... మీ ఒక్కో పదం నన్ను చాలా అలరించింది..
వయసు పెరిగే కొలది అందులోన లోతెంతో
తెలుస్తుంది...మీ రచనలే నాకు స్ఫూర్తి...

దత్తు ఎస్.

కవిత

రగిలే భావాలను
లోలోపల దాగిన మంటలను
మనసునంటిన ముచ్చట్లను
ప్రేమకు సాక్షాలుగా మలచి
అక్షరరూపం దాల్చిన
కమ్మని అమ్మతనమే... కవిత్వం

నీ ప్రేమ సాక్షిగా

దత్తు ఎస్.

సంద్రంలో అలలా తీరం లేని పయనం నాది
పయనమెటో... తెలియని గమనం నాది
గమనంలో వెతుకు జ్ఞాపకం నీవు
జ్ఞాపకాలకు అందని ఆశవు నీవు
ఆశలకందని గగనం నీవు
గగనానిని చేరని గమ్యం నేను....

నీ ప్రేమ సాక్షిగా

✍దత్తు ఎస్.

నటనల నవ్వులు
ఇష్టంలేని మాటలు
ఉట్టి పలకరింపులు
జాలిగా చూసే చూపులు
చుట్టూ వందల మంది
అయినా ఒంటరి నేను....

నీ ప్రేమ సాక్షిగా

దత్తు ఎస్.

నీవు మిగిల్చిన జ్ఞాపకాలు
చెదిరిన ప్రాణానికి ఛాయలా,
నీకై వెతుకు కన్నుల బాసలా,
నీవిచ్చిన కలలకు కాంతిలా,
నా గమనానికి దారిలా మలచి
కాలయాపన చేస్తున్నా...
ఓ చెలి.... నీ జ్ఞాపకాలే
ఊపిరిగా జీవిస్తున్నా....

నీ ప్రేమ సాక్షిగా

దత్తు ఎస్.

నీకోసం కార్చే కన్నీరు
నీ దారిని చూపిస్తే బావుండు
ఎందరో గెలుస్తానని చెబుతుంటే,
ఆ గెలుపువి నీవైతే ఎంత బావుండు
నీవుంటే ఆ గమ్యాన్ని అలవోకగా చేరలేనా!
క్షణక్షణం నీ జ్ఞాపకాలతో చెదిరిన
నా హృదయం అలసిపోయి...,
నీ తోడు కావాలంటుంది....

నీ ప్రేమ సాక్షిగా

✍దత్తు ఎస్.

నీ జ్ఞాపకాలతో పడుతున్న యాతన
రోజురోజుకి మారుతున్న ఆలోచన
సరే అని... ముందుకు సాగుతుంటే,
గతం మళ్ళీ గుర్తొచ్చి వేదిస్తుంది...

నీ ప్రేమ సాక్షిగా

దత్తు ఎస్.

తెగిపోయిన బంధం

దారం అంటుంది గాలిపటంతో...

ఓ గాలిపటమా....
తెగిపోయావేం నన్నిలా వదిలి
కేవలం దారాన్నే అనుకున్నావా!
గట్టి 'తాడునై' మారలేనా
తోడువై ఉంటానంటే...

దారం తన బాధను చెబుతూ ఏడుస్తుంది....
అప్పుడు,,, గాలిపటం అంటుంది...

ఓ దారమా...
వదిలేసావేం నన్నిలా
నిన్ను నమ్మే కదా ఎత్తుకు ఎగిరాను..

(అలా ఒకరిపై ఒకరు నిందలు వేసుకున్నారు)

గాలి (విధి) నవ్వుకుంది
చిదిమేసింది తానేనని తెలిసి...

నీ ప్రేమ సాక్షిగా

✍ దత్తు ఎస్.

తనకి ఎగరడం ఇష్టం..

గాలినై వీయనా,
రెక్కనై మారనా,
మళ్ళీ ఆలోచిస్తా..
నాతో పనేముంది తనకి
తానే ఒక పువ్వుల వసంతం

ఎప్పుడైతే నాలో ప్రేమ చిగురిస్తుందో
నీ స్వేచ్ఛకై తపిస్తాను.
ఎందుకులే నీకు నేను అంటూ...
మార్చుకుంటాను నా మనస్సుని
కళ్లారా చూసుకుంటాను నిన్ను
ఇంకేముంది నీకోసం నిన్నే వదిలేస్తాను....

నీ ప్రేమ సాక్షిగా

✍దత్తు ఎస్.

వీలైతే వద్దకొచ్చి చూడు
కదా నా పరిస్థితిని,
దూరం నుండే అడిగితే
ఇంకేం చెప్తాను,,
బాగున్నాననే కదా..!

నీ ప్రేమ సాక్షిగా

✍దత్తు ఎస్.

తను...

అలలా వచ్చి చిదిమేసి వెళ్ళావ్
అలలకు దూరంగా ఉన్నా...
మళ్ళీ సునామిలా వచ్చావ్
సముద్రానికి నేనంటే ఇష్టమా?
అను సందేహం.....
సందేహంలో గడుస్తున్న ప్రేమలు
సంతోషంగా ఉంటామా? అన్న ఆలోచనలు
సముద్రానికి నేనంటే ఇష్టమే అయినా
ఆ సంద్రంతో ఉండగలమా?
నాకు ఆ అర్హత ఉందా?
నీ అంతటి ప్రేమను చూపగలనా..!

నీ ప్రేమ సాక్షిగా

దత్తు ఎస్.

అర్థం లేని ప్రేమలు
అర్థం కానీ పనులు
అయినా అర్థం చేసుకోవాలనే ఆశ
మాటలకు లేని అదుపు
మాటల్లో చెప్పలేని అసంతృప్తి, బాధ
గతం వేదిస్తున్న వేళ
వర్తమానం బాదిస్తుంది
క్షమించలేని నిర్ణయం
తిరిగి రాని కాలం
ఆలోచనల సునామి
అంతులేని ప్రశ్నవాళి
నలిగిపోతున్న ఈ హృదయం
ఏమిటి దీనికి పరిష్కారం
భవిష్యత్తు కోసం గతంతో సావాసం
ఆలోచన మారింది
కానీ, మార్పు రానంటుంది....

నీ ప్రేమ సాక్షిగా

దత్తు ఎస్.

నా అనుకున్న నీవు
నాకై ఆలోచించి ఉంటే ఎంత బావుండు
మాటల్లో చెప్పలేని కోపం
చూపించలేని భయం
చెప్పలేనంత బాధ
చెప్పినా అర్థంలేని గతి
ఏం చేయమంటావ్ నేస్తమా...
నా ఈ పరిస్థితి...!

నీ ప్రేమ సాక్షిగా

దత్తు ఎస్.

నే చదువు కవితాభావం నీవు
నే చదువు నవలలోన నవ్వువి నీవు
ఆ అక్షరాన దాగిన అర్థం నీవు
నా జీవిత పుస్తకం నీవు....

నీ ప్రేమ సాక్షిగా

✍ దత్తు ఎస్.

మబ్బుల చాటున
వెన్నెల మాటున
సూర్యుని వెలుగుల
చంద్రుని ఛాయల
దాగిన నా చెలి
వర్షమై...
వెన్నెల వెలుగువై...,
సూర్యుని తాపానీవై...,
నను వచ్చి చేరవా......

నీ ప్రేమ సాక్షిగా

✍ దత్తు ఎస్.

నీ తరువాత
నేనుండిపోతాను... కానీ
మౌనంగా నీ ఊహల్లో...
ఆ ఊహల్లోంచి బయటకు రాలేను
రాత్రి పగళ్ళు వేడుకుంటా
ప్రేమా... ఎవరిని బాధపెట్టకని
శిక్షలా మారి వేదించకని
ఆ భగవంతుణ్ణి ఎలా నిను
తిరిగివ్వమని అడిగేది..?
నీ తరువాత కూడా ఉండిపోతాను
కానీ ఎలా ఉండాలో అది,
నీవే నేర్పించి ఉంటే బావుండేది...

నీ ప్రేమ సాక్షిగా

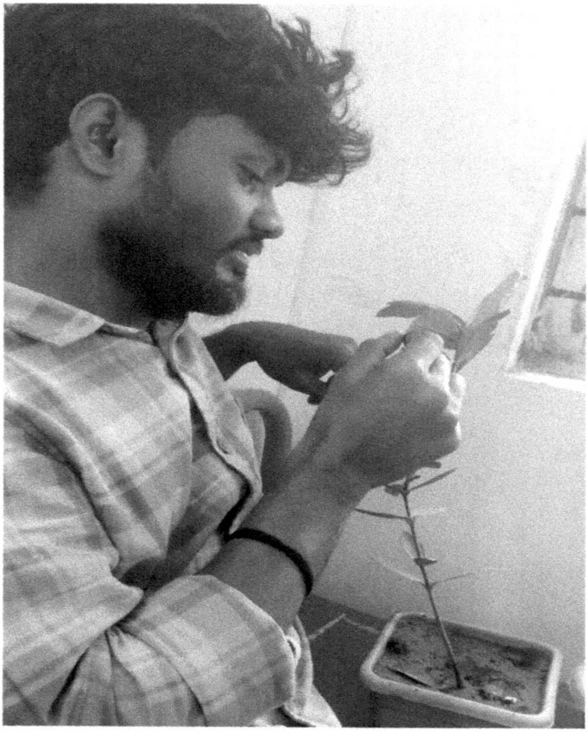

✍దత్తు ఎస్.

నాకు నీ అవసరం ఉంది
ఎంత అని అడిగితే,
గుండెకి అవసరమైన రక్తమంత
మొక్కలకు కావలసిన నీళ్ళంత
సముద్రంలోని ఉప్పంత
నీకై ఎదురుచూసే నా ఆశంత...

నీ ప్రేమ సాక్షిగా

దత్తు ఎస్.

నిన్ను తలుచుకుంటూ
కరిగిపోయే రాత్రులెన్నో..?
నీవు లేకుండా, నీతో లేకుండా
గడపాల్సిన రోజులెన్నో..?
గుర్తుకొచ్చినప్పుడల్లా ఉద్వేగాలెన్నో..
అదుపులేని మనసుకి అర్థమయ్యేదెన్నడో!

నీ ప్రేమ సాక్షిగా

✍దత్తు ఎస్.

ఎదురుచూపులకు రాదే.!
నేను కార్చు కన్నీటికి కరగదే.!
ఒంటరినైనా జాలి చూపదే.!
నాలో ఉద్వేగాలను ఆపదే.!
నా ప్రేమ నాకింకా కనబడదే.!
అయ్యో....!
నేనింకా ఉండలేనే.!
నే లేకుండా నా చెలి ఎలా ఉండగలదే..!

నీ ప్రేమ సాక్షిగా

దత్తు ఎస్.

సరిచేసుకున్నాను నిన్ను
తప్పులను సరిదిద్దుకున్నావ్
మార్చుకున్నాను నిన్ను
ఎప్పుడూ.. బాధపెట్టనన్నావ్
బలపరచుకున్నాను నిన్ను
ఏదైనా భరించావు నన్ను
జీవితాంతం తోడువవుతానన్నావ్
జీవితాన్నే భారం చేసి వెళ్ళావ్...

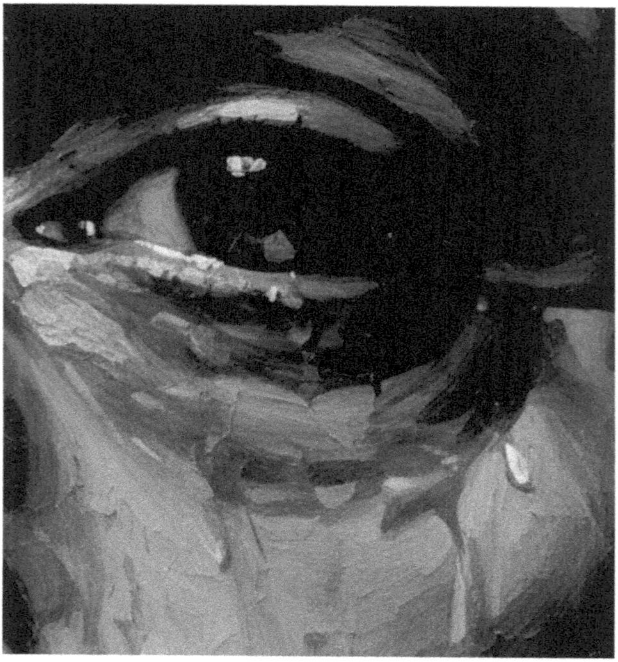

✍ దత్తు ఎస్.

ఎల్లప్పుడూ నీ ధ్యాసలో ఉండే నేను
నువు లేవనే ఆలోచన రాగానే
నువు ఇక రాలేవని మదికి తోస్తే
నువ్విక కలవలేవని అనిపిస్తుంటే
టక్కున కారే కన్నీరు
బరువెక్కిన నా గుండె
నా చిన్ని ప్రాణం ఇక
ఈ భారాన్ని మోయలేనంటుంది..!

నీ ప్రేమ సాక్షిగా

దత్తు ఎస్.

వసపిట్టలా ఎల్లప్పుడూ
నవ్వుతూ ఉండే తాను
మాటలను ఆపేసింది
నవ్వులను ఆపేసింది
ఊపిరి ఆగేంతలా ఏడ్చింది
తనని ఎవరు అర్థం చేసుకోవట్లేదని
తనలో తానే క్రుంగిపోయింది
ఓపిక పట్టని ప్రాణం
తనని తానే శిక్షించుకుంది...

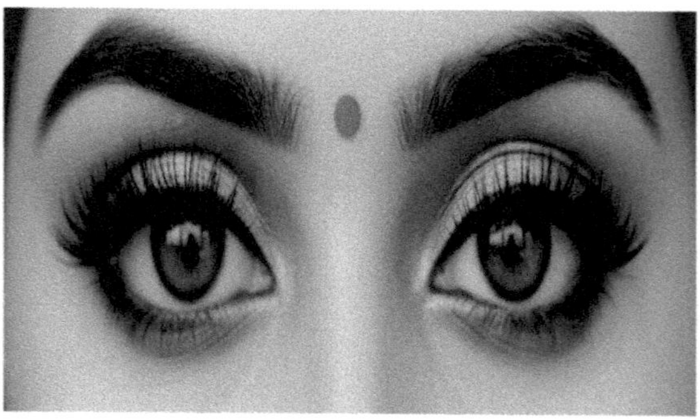

✍దత్తు ఎస్.

తన కళ్ళు

కాటుక అద్దిన కళ్ళు
కోపంలోనూ నవ్వుతాయి
వచ్చి రాని సిగ్గు తనది
బయట చూపని ప్రేమ తనది
లోలోపల దాచుంచిన తన
నవ్వులు చిలిపిగా చిగురిస్తాయి
మైమరిపించే అందం తనది
ధైర్యాన్నిచ్చే తోడు తనది....తనకు
మాటలతో మాయ చేయడం తెలుసు
అల్లారుముద్దుగా చూసుకోవడం తెలుసు

నీ ప్రేమ సాక్షిగా

✍దత్తు ఎస్.

నను నవ్వించింది
నను కవ్వించింది
నను ఏడిపించింది
ప్రేమను చూపి
నను ఒంటరిని చేసింది

నువ్వు......

నీ ప్రేమ సాక్షిగా

✍దత్తు ఎస్.

తలపున మెరిసిన
కలలలో ఊసుల
కన్నుల బాసల
అలసిన నా మది
నీ పిలుపుకై వేచి చూస్తుంది...

నీ ప్రేమ సాక్షిగా

✍ దత్తు ఎస్.

దాచుకున్న జ్ఞాపకాలు
రాసుకున్న అక్షరాలు
పంచుకున్న క్షణాలు
నాలో ఊపిరిగా ఉన్నాయ్

కానీ జ్ఞాపకాలతో జీవించడం
ఎంతో,,,,కష్టమౌతుంది...

నీ ప్రేమ సాక్షిగా

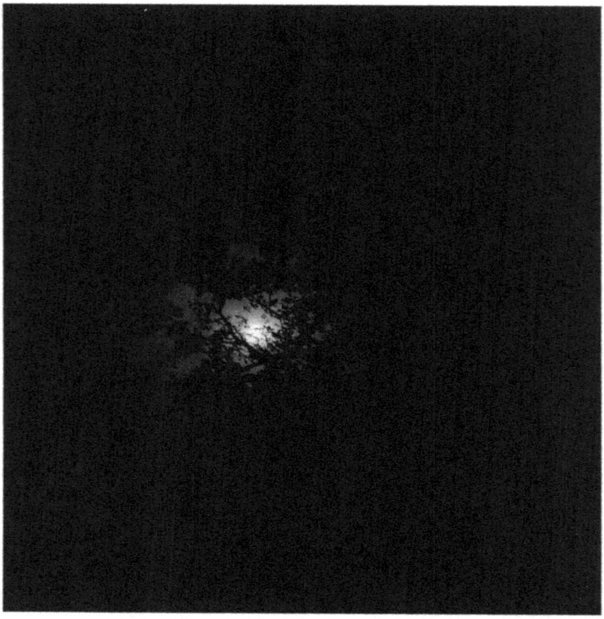

✍ దత్తు ఎస్.

నీవు,,,
పౌర్ణిమ రోజు చందమామవి
నేను,,,
నీపై వాలు గ్రహనాన్ని
కలిసి కూడా దూరమవ్వకు
చెలి.....

నీ మాటలు
వెన్నెల్లో కోయిల పలుకులు
వర్షపు చినుకుల సవ్వాళ్ళు
సెలయేరు చేసే పరవళ్ల సప్పుళ్ళు
అమ్మ లాలి పాటలా నీ స్వరములు
ఆ స్వరములు వింటూ పరవశించి,
మది పులకరించే,
యద నిదురపోయే...

నీ ప్రేమ సాక్షిగా

✍ దత్తు ఎస్.

సుఖానికి దూరంగా
దుఖానికి దగ్గరగా
నిలుచున్నా....
ఎంతో సంతోషంగా,
బాధలో మునిగి ఉన్నా...
నీవు ఇవ్వని సుఖం
అది నాకు దుఃఖమే కదా..!

✍ దత్తు ఎస్.

మన రాతలు ఎందుకిలా రాసారు
ఎవరిని నిందించాలి
ఎవరితో గొడవ పడాలి
ఎవరిని అడుక్కోవాలి
నన్ను నేనే దోషిగా మార్చుకొని,
నాలో నేనే కుమిలిపోతున్నా...
నమ్మకాన్ని కల్పించి,
నాలో పశ్చాతాపాన్ని మిగిల్చావు...!
నన్ను హంతకున్ని చేసి వెళ్లిపోయావా..!

✍దత్తు ఎస్.

ఉరుకుల పరుగుల జీవితం ఇది
పలకరింపునకు కరువైనది
ఎవరికి తీరిక ఉందని ఇక్కడ..!
క్షణక్షణం మనిషికి విలువైనది....

నీ ప్రేమ సాక్షిగా

✍దత్తు ఎస్.

అర్ధరాత్రి ఉదయించే ఆలోచనలు
ప్రొద్దున్నే ప్రశ్నించే సమస్యలు
పగలు అంతా పరిగెత్తే ఆశలు
గడిచిపోతున్నాయి రోజులు....

నీ ప్రేమ సాక్షిగా

✍దత్తు ఎస్.

పొరపాట్లను మన్నించాను
తప్పులను క్షమించాను
ఏం చేసిన భరించాను
ఇంతకు మించి నీకై నేనేం చేయగలను
నాపై జాలి కలగలేదా?
నా గురించి ఆలోచించలేదా...!

నీ ప్రేమ సాక్షిగా

దత్తు ఎస్.

బంధం అద్దంలా ఉండాలి
అబద్ధం చెప్పలేదు
నీడలా ఉండాలి
వదిలి వెళ్ళలేదు
చెట్టులా నిస్వార్థంగా
వర్షపు నీటి చుక్కలా
పవిత్రంగా ఉండాలి...

నీ ప్రేమ సాక్షిగా

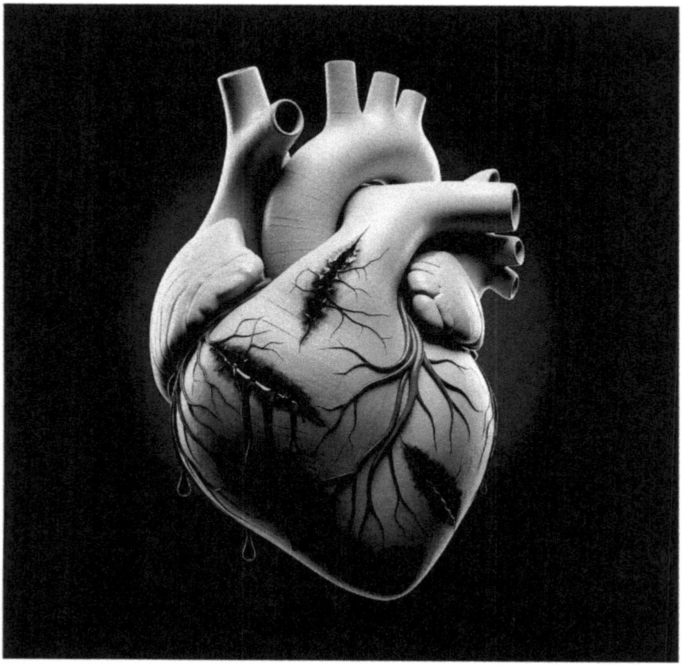

✍దత్తు ఎస్.

బహుశా......

నా మనసు రంగు
తెల్లదైనదేమో...!
నీవు చేసిన గాయాల
మరకలు ఇంకా పోలేదు....

నీ ప్రేమ సాక్షిగా

✍ దత్తు ఎస్.

ఈ రేయ్.. లో ఏముందో
ప్రతీ రేయ్.. గుర్తొస్తావు నీవు
నిన్ను తలుచుకొని రాత్రంటూ ఉంటే,
ఆ రాతిరిని నేనింకా చూడలేను...
(నా ప్రాణం పోయిన రోజు)

నీ ప్రేమ సాక్షిగా

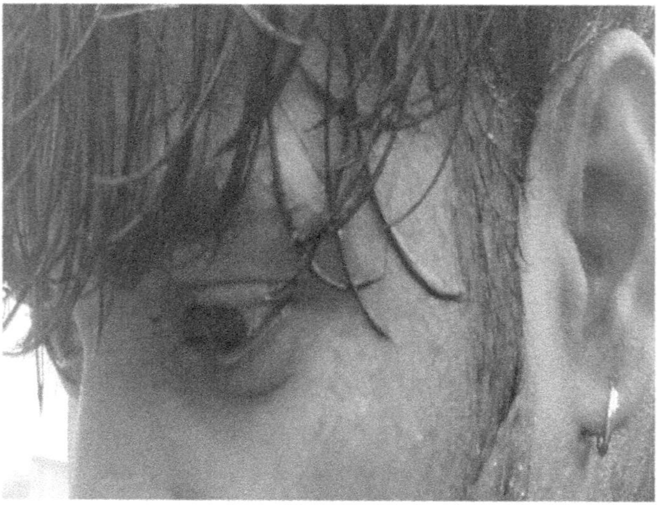

దత్తు ఎస్.

ఒకవేళ నువ్వు నా
సొంతం అయితే,
ఇంకొకరితో నువ్వు
నవ్వుకోడానికి కూడా
ఒప్పుకోను.......

స్వాధినమనుకో..
స్వార్ధమనుకో....

నీ ప్రేమ సాక్షిగా

✍దత్తు ఎస్.

ఎందుకని అంతలా పరిగెడుతున్నావ్.!
ఒకవేళ అది నీకు దక్కితే ఏం చేస్తావ్..?
దేనికోసమైతే నువు పరిగెడుతున్నావో..
అది నీకు సంతోషాన్ని ఇవ్వకపోతే....!
ఏం చేస్తావ్...?

నీ ప్రేమ సాక్షిగా

దత్తు ఎస్.

తిరిగిన చోట నీ అడుగులు ఏవంట?
కలిసిన చోట నీ గురుతులు ఏవంట?
పండగ పూట నీ నవ్వులు ఏవంట?
బతుకమ్మని మోసిన ఆ చిరునవ్వులేవంట?
ఆ అల్లర్లు ఏవంట?
ఇకపై నీతో ఆ ఊసులు ఉండవంట...!

పదాలు తెలుపలేని బాధ
మాటల్లో చెప్పలేని ఆవేదన
కలం కదలని వైనం...
కళ్ళనుండి జారి పేజీలపై నా కన్నీరు...

బాధలు రాసుకుంటే...
పేజీలు తట్టుకోలేనంటున్నాయి...

నీ ప్రేమ సాక్షిగా

✍దత్తు ఎస్.

నాకు నీవు తప్ప ఇంకెవరు వద్దు...
నన్ను నీ పాదాల కింద పెట్టుకో,,,
మట్టినై ఉంటా...
నీ నెత్తిన పెట్టుకో,,,
నీకు కిరీటమై ఉంటా...

నీ ప్రేమ సాక్షిగా

✍ దత్తు ఎస్.

ఆకాశం సాక్షిగా...
మన ప్రేమ సాక్షిగా...
నా తడినయణాల సాక్షిగా
నిను విడిచి ఉండలేకపోతున్నా...
ఓ చెలి...
నా సఖి...
రావా..!నను చేరవా...!

నీ ప్రేమ సాక్షిగా

దత్తు ఎస్.

నీ జ్ఞాపకాలే నా ఊపిరి
నీతో గడిపిన క్షణాలు
నాకు తియ్యని వరాలు
నీ చేతి స్పర్శ
నాకందిన ధైర్యం
నీ పలుకులు
నా గుండె చప్పుడు
నీ ప్రేమ పొందిన నేను...
అదృష్టాన్ని....!

నీ ప్రేమ సాక్షిగా

✍దత్తు ఎస్.

నీలో ఓర్పు భూదేవికున్న ఓర్పు
నీలో ధైర్యం, నీలోని శక్తి
నీవు చేసిన త్యాగం,నాకదే శాపం.
నీ కరుణకు నేను దాసున్ని
నీ ప్రేమకు నేను బానిసను....

నీ ప్రేమ సాక్షిగా

✍దత్తు ఎస్.

నీవు లేవని నమ్మలేని నిజం
పక్కనే ఉంటావన్న ఆశ
నాలో,నాతో ఉండిపో...
నను నడుపు దారివి నీవు..
నాలో అర్థాంగివి నీవు...

నీ ప్రేమ సాక్షిగా

✍దత్తు ఎస్.

రోజులు గడుస్తున్నాయ్
గాయాలు అలాగే ఉన్నాయ్
గడిచిన ప్రతీ క్షణం భారమవుతుంది
నా పయనం నిన్ను కోల్పోతుంది
నీ తోడుకై తపించిపోతుంది
కాలం ఇక గడవనంటుంది...
మన కథను మార్చలేమా..?
మళ్ళీ మనలా ఉండలేమా....

నీ ప్రేమ సాక్షిగా

✍దత్తు ఎస్.

ఆశలా....

నా చివరి శ్వాసలా
నను నడిపించే ధ్యాసలా
నా వెంటే వచ్చు నా నీడలా
నా బాధలో తోడులా
నా గుండెకైన గాయానికి మందులా
ఒంటరైన నా మనసుకి తోడునీడలా
ఉండిపోవా... నువు నా కంటిపాపలా

నీ ప్రేమ సాక్షిగా

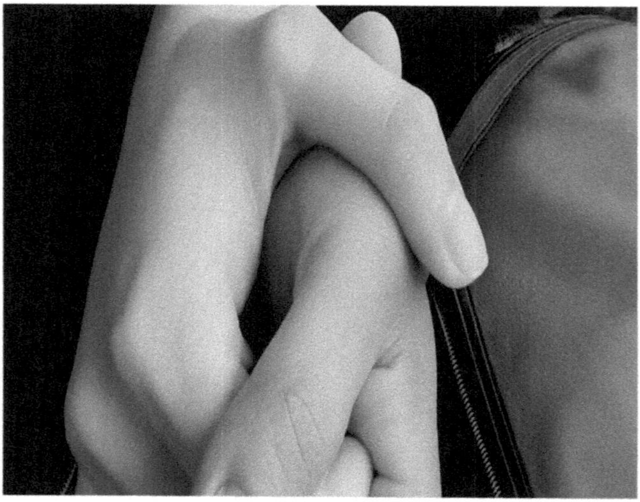

దత్తు ఎస్.

ఈ ప్రాణం నాదవచ్చు
ప్రవహించే రక్తం నాదవచ్చు
ఈ దేహం నాదవచ్చు, కానీ
నను నడుపు శ్వాస నీదే
నా గుండె చప్పుడు నీవే
నా ఊపిరి నీదే,
ఈ జీవితమే నీది
నేనున్నంత వరకు నువ్ నాలోనే,
నాతోనే ఉంటావ్...

నీ ప్రేమ సాక్షిగా

దత్తు ఎస్.

నా తార మబ్బుల చాటున
దాక్కొని నన్ను ఆటపట్టిస్తుంది
ఆ నక్షత్రాలలో నా చెలియ
వెలుగులను చూపవా... ఓ వెన్నెలమ్మ...

నీతో మొదలవ్వాల్సిన ప్రతీ రోజు
నీకై ఎదురుచూసే నా ఆశలతో మొదలై..
కంటినుండి జారే కన్నీళ్లతో,
గుండెల్లో నీ జ్ఞాపకాలతో ముగుస్తున్నది..

నీ ప్రేమ సాక్షిగా

✍దత్తు ఎస్.

కసిరిన చూపులు
కమ్మని మాటలు
కమిలిన కుమిలిన
కలవని మనసులు
కదలని అడుగుల
కరగని గుండె కోతలు

✍దత్తు ఎస్.

నిన్ను తప్ప....
నా మనసు దేనిని మోయనంటుంది
నా మేదిరము ఎవరిని తలవనంటుంది
నా మేను ఎవరిని తాకనంటుంది
నా కలము ఎవరిని రాయనంటుంది
ఈ ప్రాణం నీలోనే చివరదాకా
నిలిచిపోతానంటుంది....

నీ ప్రేమ సాక్షిగా

✍ దత్తు ఎస్.

నా కలలకు ఆశనిచ్చావ్
నా కథలో తోడువయ్యావ్
నా జీవితానికి సగభాగం అయ్యావ్
కలిసి ఉందామని ఆశలు రేపి,
అందనంత దూరానికి చేరావ్
ఊపిరుండగానే నీతో పాటు
నా ప్రాణాలు తీసుకెళ్లావ్...

నీ ప్రేమ సాక్షిగా

✍ దత్తు ఎస్.

తన వద్దనే ఆగిపోయిన ఈ జీవం
ఎక్కడికీ కదలనుంటుంది
తన ధ్యాస వదలనంటుంది
కరిగిపోతున్న నా మనసు
తాను లేక గడపనంటుంది
ఈ లోకం శూన్యమంటుంది....

✍దత్తు ఎస్.

మబ్బులు నల్లబడగా
ఉరుములు శబ్దం చేయగా
ఆకాశం రంగులు మార్చగా
మేడపైకి నా పరుగులు
దూరంగా కురుస్తూ నావైపు చినుకులు
చినుకుల తాకిడి నీ స్పర్శలా చేరినట్లు
ఆ చిరుజల్లులోన నీ చిరునవ్వును
వెతుకుతున్నా...
వర్షానికి తడిసి ముద్దవుతున్నా.....

నీ ప్రేమ సాక్షిగా

✍దత్తు ఎస్.

బరువెక్కిన గుండెతో
బదులివ్వని ప్రశ్నలకు
మౌనంగా నా మది
లోలోపలే రగిలిపోతుంది....

ఓ కాలమా...!
దూరం చేసావ్ కదా తనని
మరి ఈ క్షణం గడవదేమి...?

నీ ప్రేమ సాక్షిగా

✍ దత్తు ఎస్.

గాలి తాకిడికి కదిలే ఆ పైరు..
నా చెలి కురుల హొయలు
నల్లగా మారిన ఆకాశం
నా చెలి అద్దిన కాటుక
కదులుతున్న ఆ మబ్బులు
నా చెలియ నడకలు
మబ్బుల చాటున దాగిన సూరీడు
నా సఖియ చూపులను తలపిస్తున్నాయ్..

నీ ప్రేమ సాక్షిగా

✍దత్తు ఎస్.

కోపగించుకున్నాను నీపై...
హక్కు అనుకోలేదా!
కసురుకున్నాను నీపై
ప్రేమతో అనుకోలేదా!
మందలించాను నిన్ను
బాధ్యత అనుకోలేదా!
జీవిత భాగస్వామికి
ఆమాత్రం చనువు లేదా...?

నీ ప్రేమ సాక్షిగా

✍దత్తు ఎస్.

ఎవరన్నారు నింగీ నేల కలవలేవని
నేలకు దిగివచ్చిన ఆకాశాన్ని చూడు!
నాకై నువు దిగిరాలేవా...!
నాపై వచ్చి వాలలేవా..!

నీ ప్రేమ సాక్షిగా

దత్తు ఎస్.

నీ స్నేహం
నీ ప్రేమ
నాకు కొత్త అక్షరాలను నేర్పుతుంది
నాతో కవితలను రాయిస్తుంది..
నాలో భావాలను బయటపెడుతుంది..
నీ గురించి రాసే నా కలం
నాలాగే ఏడుస్తుందేమోనని అనిపిస్తుంది.

నా కవిత్వం
నా కథను చూపిస్తుంది
నా వ్యధను చూపిస్తుంది
కానీ నా ప్రేమను నా కంటికి చూపలేదే...

నీ ప్రేమ సాక్షిగా

✍దత్తు ఎస్.

ఓ జీవితమా....

ఎలాంటి దుస్థితికి తీసుకోచ్చావ్!
ప్రతిక్షణం నవ్వుతూ నవ్విస్తూ ఉండే నేను
క్షణం తెలియకుండా యే.. క్షణమైనా ఏడ్చేస్తున్నా....

నీ ప్రేమ సాక్షిగా

✍దత్తు ఎస్.

నన్ను నీ బుజాలపై ఓదార్చు...
నీ ఒళ్ళో పడుకోబెట్టు
నా తలపై చేతులను ఆడిస్తూ..
నను నిదురపుచ్చు..
నేను నీవాణ్ణి...
నన్ను కొట్టు, తిట్టు
నీ కౌగిట్లో... నను దాచిపెట్టు...

నీ ప్రేమ సాక్షిగా

✍దత్తు ఎస్.

దేవుడా.....

ఎంత వేడుకున్నాను నిన్ను
ఎంత ప్రాధేయపడ్డాను
తనను కాపాడమంటూ...
ఎప్పుడూ ఏది అడగలేదు కదా నిన్ను
మొదటిసారి కన్నీటితో వేడుకున్నా...
కనికరించాల్సింది దేవుడా...

తెలిసి తెలియని ఆలోచనలు మావి తెలియక
పొరపాట్లు చేసాం కానీ ఎవరిని మోసం చేయలేదు
తప్పులను ఇక్కడే శిక్షించాలి కానీ మనుషుల
ప్రాణాలను లాక్కుంటావా? ముందే రాసి పెట్టి
ఉంది అంటే,మాకు ఈ జన్మలెందుకు? ఇలాంటి
బతుకులెందుకు..?

ఇకపై నీ దరికి రాను....
అడిగింది ఇవ్వలేదని కాదు.
నానుండి నా ప్రాణాలను లాక్కున్నందుకు...

నీ ప్రేమ సాక్షిగా

కలిగిన ప్రేమలు
కలిసిన మనసులు
గడిపిన క్షణాలు
కోల్పోయిన మనుషులు
రగిలిన జ్ఞాపకాలు
ఆరని గుండె మంటలు
~దక్ష

✍దత్తు ఎస్.

శపించేది ప్రేమ కాదు
ఇరు మనసులను శాశించేది ప్రేమ
ప్రేమ మనల్ని ముందుకు నడిపించేదే
కానీ, మధ్యలో ఆపేసేది అవ్వదు..

నేరం ఏం చేశాను...
నన్నింతలా శిక్షించావ్
నేను చేసిన తప్పేంటి..!
నను వదిలి వెళ్ళావ్...
ప్రేమా....

నీ ప్రేమ సాక్షిగా

దత్తు ఎస్.

నువ్ నాకు గుర్తుకు రావడం లేవు..
నీ ఊహల నుండి బయటికి వస్తేనే కదా.!
అప్పుడప్పుడు బయటి ప్రపంచం చూస్తున్న,
ఎల్లప్పుడూ నీ ధ్యాసలోనే జీవిస్తున్నా...

నీ ప్రేమ సాక్షిగా

✍దత్తు ఎస్.

నా మాటలను విన్నావ్...
కోపాన్ని సహించావ్....
ఏదేమైనా నన్ను భరించావ్
బహుశా... అందుకేనేమో,
నామీద అంతటి కోపం,
ఇంతలా శిక్షించావ్...

దత్తు ఎస్.

ఊహలకు ఎంతో దగ్గరైన నీవు
నా కౌగిలికి దూరమైనావు....
నాతో ఉండకపోయినా నాలో
ఉండిపోయేది.., నీ ప్రేమ...

నీవు లేవని నమ్మలేని నిజం
ఎప్పుడూ, నా పక్కనే ఉంటావన్న ఆశ...

నీ ప్రేమ సాక్షిగా

రాసుకున్నది కొంచమే అయినా
మోయాల్సింది అనంతం
అది నా జీవితాంతం...

కోల్పోయిన బాధ ఒకవైపు
నేనున్న పరిస్థితులు ఇంకోవైపు
నిర్ణయం వాళ్ళదైనా...
నిందితుడిలా నేను మిగిలిపోయాను...
నిందితున్నని బాధ లేదు
తనని ఇక పొందలేననే ఆవేదన మాత్రమే...

ఇది నా ప్రేమకు రుజువు కాదు..
నా ప్రేమకు సాక్ష్యాలు కావు...
రుజువు చేస్తే నా ప్రేమ నాకు దక్కుతుందా?
కోల్పోయిన ప్రేమ తిరిగి వస్తుందా..?

చచ్చే ధైర్యం లేదు
బ్రతికే ఆశ లేదు
బహుశా చస్తూబ్రతకడమంటే
ఇదేనేమో....

✍ దత్తు ఎస్.

నాలో... భావాలు

అర్హత
గతం
జ్ఞాపకాలు
అనుమానం
అవమానం
అసంతృప్తి
ఆవేదన
ఆలోచన
అవసరం
అవకాశం
ఆశయం

..... జీవిత పాఠలు.....

ఎంత బాధ పడ్డ లాభం ఉండదు అంటారు...
బాధకి కూడా అర్థం ఉంటే,
మన కన్నీటికి విలువ ఉంటే,
మన బాధకి ప్రతిఫలం ఉంటే,
మనం కార్చు కన్నీటితో కోల్పోయింది
పొందే వీలుంటే ఎంత బావుంటుంది.
పొందే వీలులేదు కాబట్టే కలిగేది బాధ,
వచ్చేవి కన్నీరు...
ఒకవేళ తిరిగి పొందే అవకాశం ఉందని తెలిస్తే
ఈ కన్నీళ్లు రావేమో...
తిరిగి పొందగలము అంటే బాధ ఎందుకుంటుంది? కదా..!

నీ ప్రేమ సాక్షిగా

రాతలు రాసుకున్నంత మాత్రాన తలరాతలు మారిపోవు..
అయినా రాసుకునేవి మన జ్ఞాపకాలు అయినప్పుడు
తలరాతలతో పనేంటి, అవి ఎలాగైనా సాగిపోతాయి..
గతం మనుషులను దూరం చేసినా,
జ్ఞాపకాల నుండి ఎవరు వేరుచేయలేరు, విడదీయలేరు...
ప్రస్తుతం వారి ఆలోచనలే,
భవిష్యత్తును నడిపేవి కూడా అవ్వే...
మన కథకు ముగింపు లేదు
ఈ జ్ఞాపకాలకు అలుపు రాదు
రాసుకున్నంత సులువేం కాదు
జ్ఞాపకాలను మోయడం...

మనిషిని ఆపగలం కానీ వారి మనసులోని
ఆలోచనలను మార్చలేము...

గుర్తుపెట్టుకో, ఇక్కడ ఎవరు నిన్ను
పట్టించుకోరు అనవసరంగా నీ సోదంతా
ఎవరితో చెప్పుకోకు...
బాధను చెప్పుకుంటే కుదుటపడతామన్నది
ఎంత నిజమో,అవతలి వ్యక్తి దగ్గర చులకన
అవుతాం అన్నది కూడా అంతే నిజం...

✍దత్తు ఎస్.

మనిషి విలువ...
మనతో ఉన్నప్పుడు అర్థం కాదు,
కోల్పోయిన తరువాత తెలుసుకున్నా,,
అర్థం ఉండదు..
పరువు కన్నా ప్రాణం విలువైనది..

నమ్మకం, ప్రాణం రెండూ చాలా విలువైనవి,
కోల్పోతే తిరిగి వాటిని పొందలేము.

నిజంగా ప్రేమించే వాళ్లే అయితే,
అవతలి వ్యక్తిలో ఎన్ని తప్పులున్నా
క్షమించగలగాలి, ప్రేమ ఎంతవరకైనా
సహిస్తుంది కానీ వదిలివెల్లదు.

మనిషిని మనిషికి దూరం చేసేది ప్రేమ ఎలా
అవుతుంది?
ప్రేమ మనిషిని ముందుకి నడపాలి గాని,
జీవితాలను నాశనం చేస్తుందా..?
ప్రేమ మహా కఠినమైనది మనుషుల
ప్రాణాలను లాక్కుంటుందా..!

నీ ప్రేమ సాక్షిగా

ప్రేమను ఎంతో గొప్పగా వర్ణించారు...

అది చరితలు సైతం
చదవని వైనం
కవితలు సైతం
పలకని భావం
సరిగమలేరుగని
మధురిమ ప్రేమంటే...
(~సిరివెన్నెల)
నిజమే కదా, చరితలు ఎన్ని ఉన్నా, ప్రేమని
అర్థం చేసుకున్న వారు లేరు...
ప్రేమలో దాగిన రెండో కోణమే శాపం...
ప్రేమలోని బాధ, ప్రేమలోని గాఢత్వం ఏ
కవిత్వం కూడా స్పష్టంగా తెలుపలేదు.
ప్రేమ మధురిమా.?
ప్రేమ ఓ నరకం కూడా...
అది మంచిని చేస్తుంది
మనిషిని నాశనం చేస్తుంది...

✍దత్తు ఎస్.

చివరి చూపులు కూడా చూడని అభాగ్యున్ని
నేను...

నీతో చివరిక్షణాలు...

నన్ను చూసిన నీవు, నా వైపు చేతులను చాచి,
నా చేతులను గట్టిగా పట్టి... వెళ్ళకూ.. ఇక్కడే
ఉండూ అంటూ నీ చూపులు. నీ తలపై చేతులు
ఆడిస్తూ... నాకోసం నువ్వుండాలి అంటూ
వేడుకున్నాను. ఉంటానంటూ.. తలను
ఆడించావు. నీ పక్కన ఉండలేకపోయాను
నేను నీకు ధైర్యాన్ని ఇవ్వలేక
పోయాను... నాన్న...! నన్ను క్షమించు...

మళ్ళీ నాకోసం ఎదురు చూస్తావని తెలుసు
నీ కనులు నాకోసం ఎంత తపించి పోయాయో
నాకు తెలుసు,, నీ పక్కనుంటే నీకు ధైర్యంగా
ఉంటుందని ఎంత చెప్పినా ఎవరూ...
వినిపించుకోలేదు..నేను నీ పక్కనే
ఉండాలనుకున్నాను.. కానీ,,నువ్వు నేను
అనుకుంటే సరిపోదు కదా..!

నీ తలపులతో ఈ గుండెకోతలు ఆగునా
నా పిలుపులకు నను పలకరించునా
నా ఎదురుచూపులకు నీ మనసు కరుగునా
నా ప్రశ్నలకు బదులిచ్చునా
బదులివ్వలేని ప్రశ్నలతో,
బరువును మోస్తున్న నా మది భారాన్ని ఆపునా
ఎంత తలచిన నీ మోము కనిపించునా
ఈ గాయాన్ని మాన్పించునా...!
ఈ ఒంటరితనం నన్ను భయపెడ్తుంది
నీ ఆలోచనలు నన్ను చంపేస్తున్నాయ్
ఈ విరహం నన్ను వేదిస్తుంది
నీ నిర్ణయం నన్ను నేను కోల్పోయేలా చేస్తుంది....

యడబాటును యదచాటున
యదమంటను యద అంచున
కను అంచుల కంటతడిని
ఆపేసి కాలాన్ని దాటేస్తున్న.....
అలుముకున్న చీకట్లు
అంతర్గత యుద్ధాలు
అలసిపోయిన నా కనులు
కన్నీటిని బయట పడనివ్వక దాచేస్తున్నాయ్...

ముగింపు

జీవితాంతం కలిసుందాం అనే ఆలోచనలు
ఉంటేనే, ప్రేమించు... నీతో, నీకై ఉన్నవాళ్ళకి
విలువివ్వండి, విశ్వాసంగా ఉండండి. నమ్ముకున్న
వారికి నమ్మకద్రోహం చేయకండి..
నమ్మడం తప్పు కాదు,
నమ్మించి మోసం చేయడమే...
నమ్మడం తప్పైతే, ఈ భూమిపై ఎలాంటి బంధాలుండవు.
ఏదైనా ఒకరితోనే, బంధంలో మూడో వ్యక్తిని
తీసుకురాకండి.. అది మంచి బంధాలను
కోల్పోయేలా చేస్తుంది.

బంధానికి పునాది 'నమ్మకం'అది కోల్పోయే
పని చేయకు. ఇతర బంధాలకు హద్దులు అవసరం,
ఎందుకంటే... నిన్ను చూసే ప్రతీ చూపులు
ఒకేలా ఉండవు.ముఖ్యంగా ఆడబిడ్డలు...
మీరు చేసే స్నేహాలకు హద్దులు పెట్టుకుంటే
మంచిది, హద్దులను మించిన స్నేహాలు
అనర్థాలకు దారితిస్తాయ్,మీరు అనుకునే
మంచిలోనూ, చెడు ఉండగలదు.. జాగ్రత్త....
స్వేచ్ఛ ప్రతిఒక్కరి హక్కు, కానీ హద్దులు లేని
స్వేచ్ఛకు అర్థం ఉండదు...

ఎవరికోసమో, జీవించకు...
ఒకరి జీవితమంటే జనాలకు కాలక్షేపన...
నిజాలు ఎవరికీ తెలీదు, అయినా ఎవరి కథలు
వాళ్ళవి,, అందరికి సమాధానం ఇవ్వలేము కదా.!
ఎవరో ఏదో అనుకుంటారేమో అంటూ, నీ ఆలోచనలను
తక్కువ అనుకోరాదు, అలా అని నీదే ఒప్పు అవ్వదు..
ఇతరుల మాటల వల్ల నీ స్థాయి తగ్గిపోదు, నీ మనస్సాక్షి
చెబుతుంది నీలోని తప్పు ఒప్పులను, తప్పించుకోలేవ్....

ప్రోత్సాహం లేనంత మాత్రాన, నీలోని కళ, కళ కాకుండా
పోదు. మన అనుకున్న వాళ్ళకి మనమేంటో చెప్పుకొనే
అవసరం రావద్దు...ఒకరికి రుజువు
చేయాలనుకోవడమంటే మనల్ని మనం
అవమానించుకున్నట్టే...కాలమే చెబుతుంది నీకై నిలిచే
వారెవరో, నీతో నడిచే వారెవరో...

కనిపించినంత సులువుగా ఎవరి జీవితం ఉండదు.
ప్రతిఒక్కరు దేనికోసమో తాపత్రయపడుతూనే ఉంటారు.
ఎవరిలో ఎంత లోతు ఉందో... కదా..!

ఒకరితో నిన్ను నువ్వు పోల్చుకోకు, ఇంకొకరిలా
బతకాలనుకోవడం మూర్ఖత్వం,,నీలా నువ్వు
ఎప్పుడు బతికేది..? నచ్చింది చెయ్...
ఆడు, పాడు, రాయాలనుకుంటే రాసేయ్...
ఇష్టమైనదేది, కష్టమనిపించదు...

క్షణాలు జ్ఞాపకాలుగా మారుతున్నాయి,
ఆ జ్ఞాపకాలు గుండెలో మంటలను రేపుతున్నాయి,
ఆ మంటలను తగ్గించడానికి మళ్ళీ ఆ జ్ఞాపకాలే
తోడవుతున్నాయి...
జ్ఞాపకాలతో చేసే కాపురం మనిషిని ఎంతవరకు
నిలబెడుతుందో...?

కలలుగన్నాం
కథలు చెప్పుకున్నాం
కలిసి నడిచాం..
కడవరకు ఉందామని చెప్పి
కథ మధ్యలో పుస్తకాన్ని మూసేసి
వెళ్ళిపోతే.. ఏమనుకోవాలి..?
నీతో మొదలెట్టిన పుస్తకం,
నువ్ లేకుండా ఎలా చదవగలను..
చెప్పుకున్న ఊసులు
పంచుకున్న క్షణాలు
మరువలేని జ్ఞాపకాలు....
మదిలో మోస్తూ...
యదకైన గాయాలను మొహంపై చూపించకుండా,
నవ్వుతూ..నా ఈ అక్షరాలను
నా నీకు అంకితం చేస్తున్నా...

NEE PREMA SAKSHIGA

Losing someone who has been with you
for so long is a painful experience.
The memories and conversations you
shared with them can ignite a fire of sorrow
in your heart, causing immense mental anguish.
Even when you know they're never coming back,
your heart refuses to find peace.
Living with these memories is like
carrying a heavy burden for the rest of your life.
STORIES WILL NEVER GETS END...
You.... will stays....
FOREVER WITHIN ME...#DAKSH🖤

www.ingramcontent.com/pod-product-compliance
Lightning Source LLC
LaVergne TN
LVHW052114210926
848482LV00025B/627
9798900542485